AF284779

Impressum
Verlag: BABADADA GmbH, Nedderfeld 112 , 22529 Hamburg
Geschäftsführer / Verlagsleitung: Harald Hof
Druck: Books on Demand GmbH, In de Tarpen 42, 22848 Norderstedt

Imprint
Publisher: BABADADA GmbH, Nedderfeld 112 , 22529 Hamburg, Germany
Managing Director / Publishing direction: Harald Hof
Print: Books on Demand GmbH, In de Tarpen 42, 22848 Norderstedt

kugawanya
dividir

786/2

ubao
mesa

sajili
aula

kalamu
bolígrafo

karatasi
papel

mwalimu
docente

eneo la shule
patio de escuela

kuandika
escribir

dawati
escritorio

rula
regla

kitabu
libro

mwanafunzi
alumno

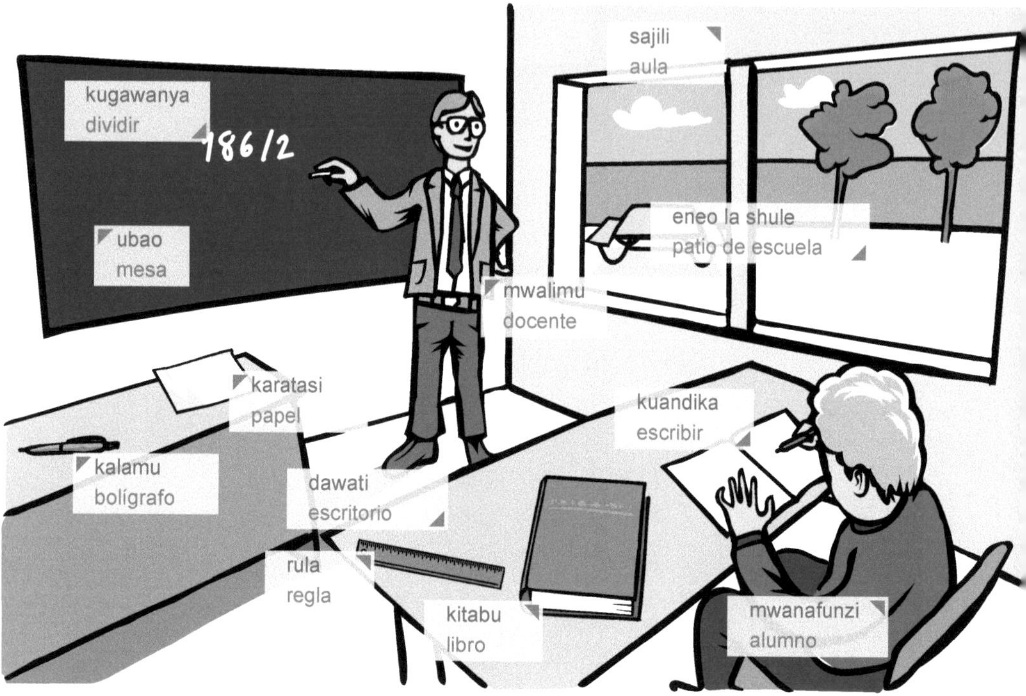

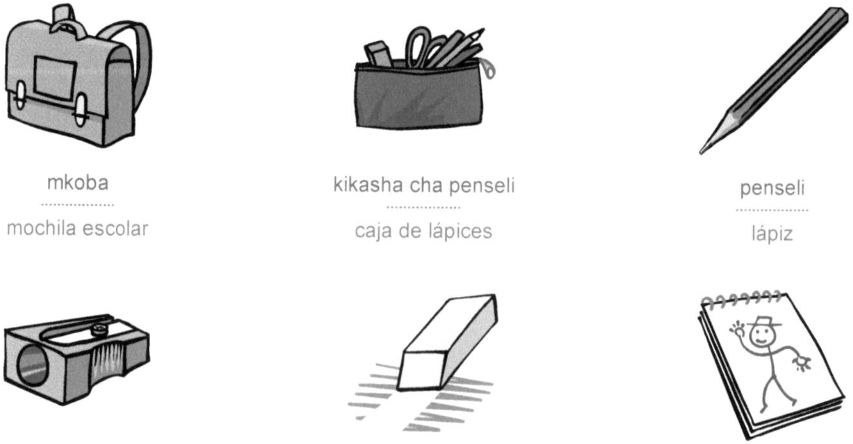

mkoba

mochila escolar

kikasha cha penseli

caja de lápices

penseli

lápiz

kichonga penseli

sacapuntas

mpira

goma de borrar

pedi ya kuchora

bloc de dibujo

uchoraji

dibujo

brashi ya rangi

pincel

sanduku la rangi

caja de pinturas

mkasi

tijera

gundi

pegamento

daftari

libro de ejercicios

kazi ya nyumbani

tarea

nambari

número

jumlisha

sumar

ondoa

restar

zidisha

multiplicar

kokotoa

calcular

barua

letra

alfabeti

alfabeto

neno

palabra

maandishi

texto

kusoma

leer

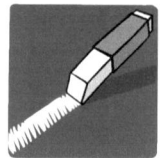

chaki

tiza

somo

lección

sajili

libro de clase

uchunguzi

examen

cheti

certificado

sare za shule

uniforme escolar

elimu

educación

elezo

enciclopedia

chuo kikuu

universidad

darubini

microscopio

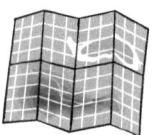

ramani

mapa

kikapu cha kuweka karatasi chafu

cesto de papeles

usafiri
viaje

hoteli
hotel
Grand
hosteli
albergue
ROOMS
ofisi ya ubadilishanaji
casa de cambio
sanduku
maleta
gari
auto

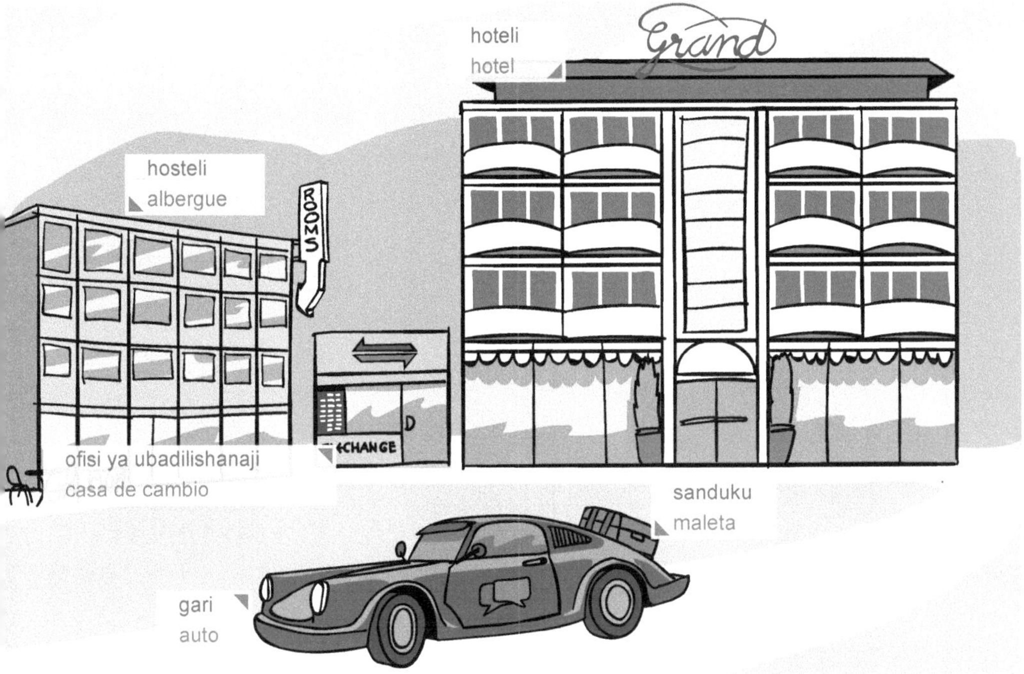

lugha
idioma

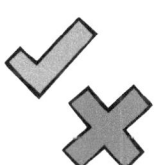

ndiyo / la
sí / no

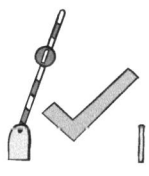

sawa
ok

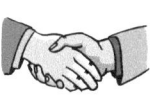

hujambo
hola

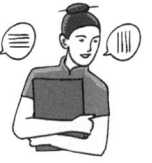

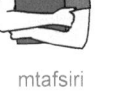

mtafsiri
intérprete

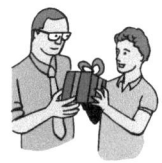

Asante
gracias

kiasi gani ni ...?

¿Cuánto cuesta...?

Sielewi

No entiendo

tatizo

problema

Jioni njema!

¡Buenas tardes!

Habari za asubuhi!

¡Buenos días!

Usiku mwema!

¡Buenas noches!

kwa heri

adiós

mwelekeo

dirección

mizigo

equipaje

mfuko

bolso

shanta

mochila

mgeni

invitado

chumba

cuarto

begi la kulalia

saco de dormir

hema

tienda de campaña

taarifa ya utalii

información al turista

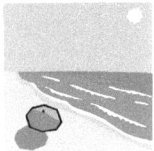

ufuo

playa

kadi

tarjeta de crédito

kifunguakinywa

desayuno

chakula cha mchana

almuerzo

chakula cha jioni

cena

tiketi

pasaje

kuinua

ascensor

muhuri

sello

mpaka

limite

mila

aduana

ubalozi

embajada

visa

visa

pasipoti

pasaporte

usafiri
transporte

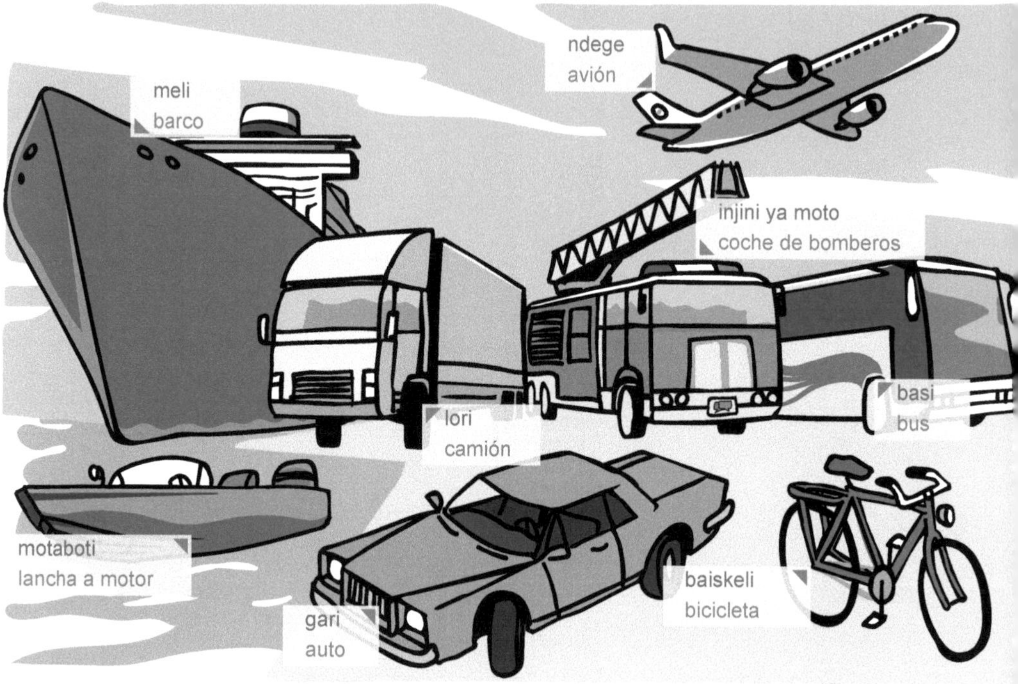
ndege
avión
meli
barco
injini ya moto
coche de bomberos
basi
bus
lori
camión
motaboti
lancha a motor
baiskeli
bicicleta
gari
auto

feri
balsa

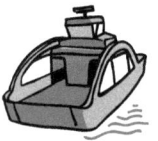

mashua
lancha

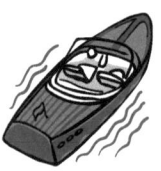

pikipiki
motocicleta

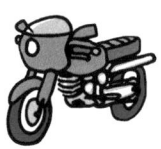

gari la polisi
auto de policía

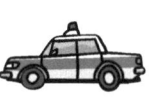

gari la mashindano
auto de carreras

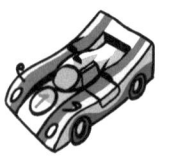

gari la kukodisha
auto de alquiler

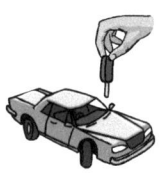

kushiriki gari

alquiler de autos

lori la kuvuta

grúa

ukusanyaji taka

vehiculo recolector de basura

motor

motor

mafuta

gasolina

kituo cha mafuta

gasolinera

ishara trafiki

señal de tráfico

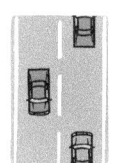

trafiki

tránsito

msongamano

atasco

maegesho

estacionamiento

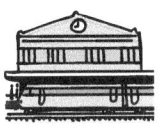

kituo cha treni

estación de tren

reli

carril

garimoshi

tren

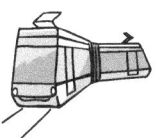

tremu

tranvia

gari la mizigo

vagón

helikopta

helicóptero

uwanja wa ndege

aeropuerto

mnara

torre

abiria

pasajero

chombo

contenedor

katoni

caja de cartón

mkokoteni

carro

kikapu

cesta

ondoka

despegar / aterrizar

jiji
ciudad

kijiji

aldea

katikati ya jiji

centro de la ciudad

nyumba

casa

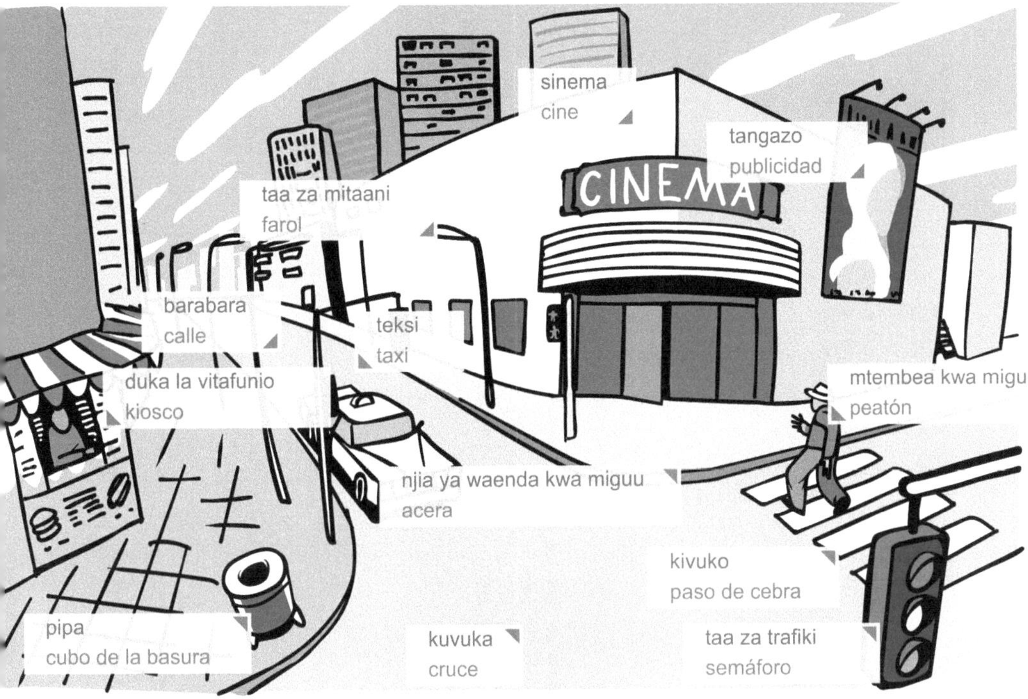

sinema
cine

tangazo
publicidad

taa za mitaani
farol

barabara
calle

teksi
taxi

duka la vitafunio
kiosco

mtembea kwa miguu
peatón

njia ya waenda kwa miguu
acera

kivuko
paso de cebra

pipa
cubo de la basura

kuvuka
cruce

taa za trafiki
semáforo

kibanda

cabaña

gorofa

apartamento

kituo cha treni

estación de tren

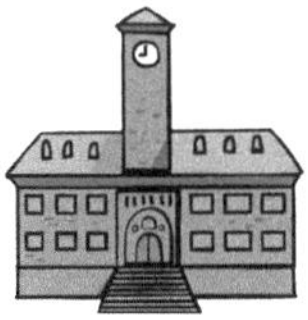

ukumbi wa mji

ayuntamiento

Makavazi

museo

shule

escuela

chuo kikuu

universidad

benki

banco

hospitali

hospital

hoteli

hotel

duka la dawa

farmacia

ofisi

oficina

duka la kitabu

librería

duka

negocio

duka la maua

florería

dukakuu

supermercado

soko

mercado

idara ya kuhifadhi

grandes almacenes

mwuza samaki

pescadería

kituo cha ununuzi

centro comercial

bandari

puerto

Hifadhi

parque

benki

banco

daraja

puente

vidato

escalera

chini ya ardhi

metro

handaki

túnel

kituo cha mabasi

parada de autobuses

bar

bar

mgahawa

restaurante

sanduku la posta

buzón de correo

ishara ya barabara

letrero

mita ya maegesho

parquimetro

bustani ya wanyama

zoológico

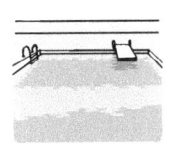

kidimbwi cha kuogelea

piscina

msikiti

mezquita

jiji - ciudad

shamba

granja

uchafuzi

polución

makaburini

cementerio

kanisa

iglesia

uwanja wa michezo

parque infantil

hekalu

templo

mazingira
paisaje

jani
hoja

ishara ya mwelekeo
indicador de camino

njia
sendero

malisho
pradera

jiwe
piedra

mtembeaji wa masafa
caminante

mti
árbol

mto
río

nyasi
pasto

ua
flor

bonde

valle

kilima

montaña

ziwa

lago

msitu

bosque

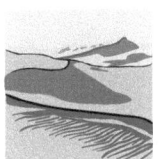

jangwa

desierto

volkano

volcán

ngome

castillo

upinde wa mvua

arco iris

uyoga

seta

mtende

palmera

mbu

mosquito

kuruka

mosca

chungu

hormiga

nyuki

abeja

buibui

araña

mende
escarabajo

chura
rana

kuchakuro
ardilla

nungunungu
erizo

sungura
liebre

bundi
lechuza

ndege
pájaro

swan
cisne

nguruwe mwitu
jabalí

kulungu
ciervo

aina ya kongoni
alce

bwawa
embalse

tabo ya upepo
aerogenerador

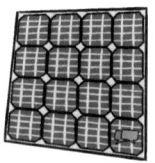

nishaji ya jua
módulo solar

hali ya hewa
clima

mgahawa
restaurante

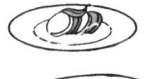

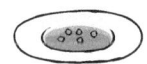

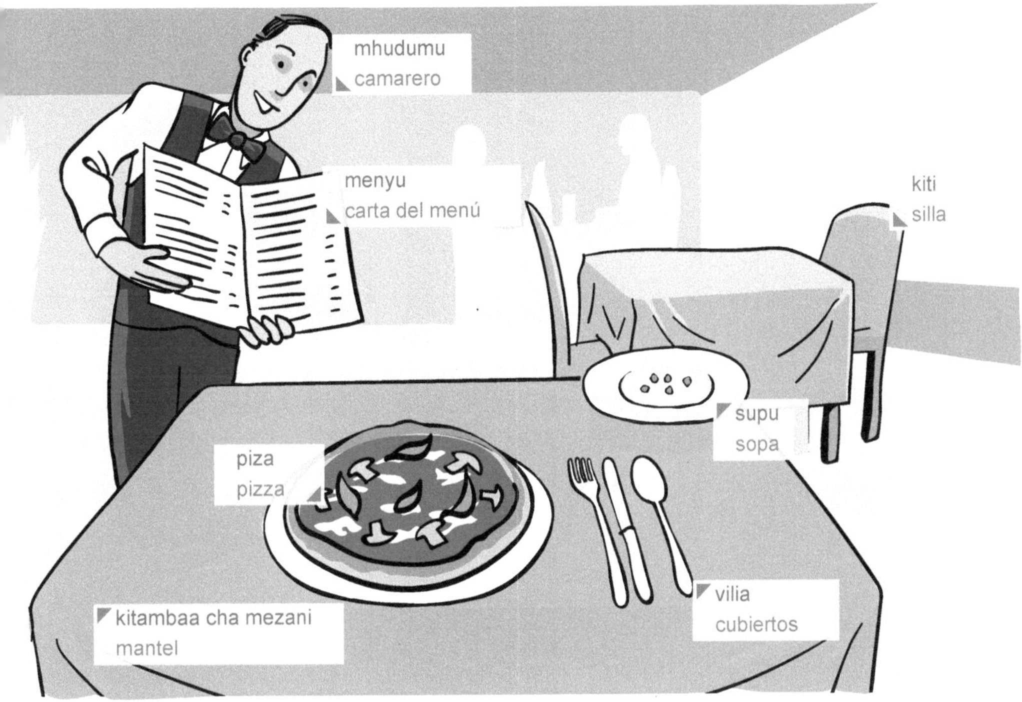
mhudumu
camarero
menyu
carta del menú
kiti
silla
supu
sopa
piza
pizza
vilia
cubiertos
kitambaa cha mezani
mantel

kiamsha hamu
entrada

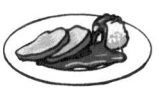

kozi kuu
plato principal

kitindamlo
postre

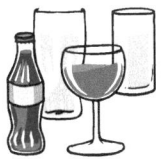

vinywaji
bebida

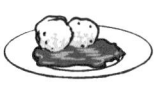

chakula
comida

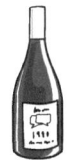

chupa
botella

chakula cha haraka

comida rápida

Streetfood

comida callejera

buli

tetera

kisanduku cha sukari

azucarera

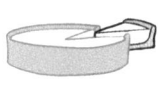

sehemu

porción

mashine ya espresso

máquina de espresso

kiti kirefu

silla alta

muswada

factura

trei

bandeja

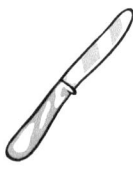

kisu

cuchillo

uma

tenedor

kijiko

cuchara

kijiko cha chai

cuchara de té

nepi

servilleta

glasi

vaso

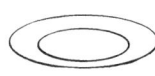

sahani

plato

sahani ya supu

plato de sopa

sufuria

platillo

mchuzi

salsa

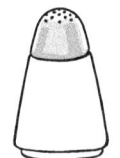

kichanyaji chumvi

salero

kinu cha pilipili

molinillo para pimienta

siki

vinagre

mafuta

aceite

viungo

especias

kechapu

ketchup

haradali

mostaza

kachumbari nzito

mayonesa

dukakuu

supermercado

ofa maalum
oferta
mteja
cliente
maziwa
productos lácteos
matunda
fruta
toroli
carrito de compras
FOR

BUTCHERS

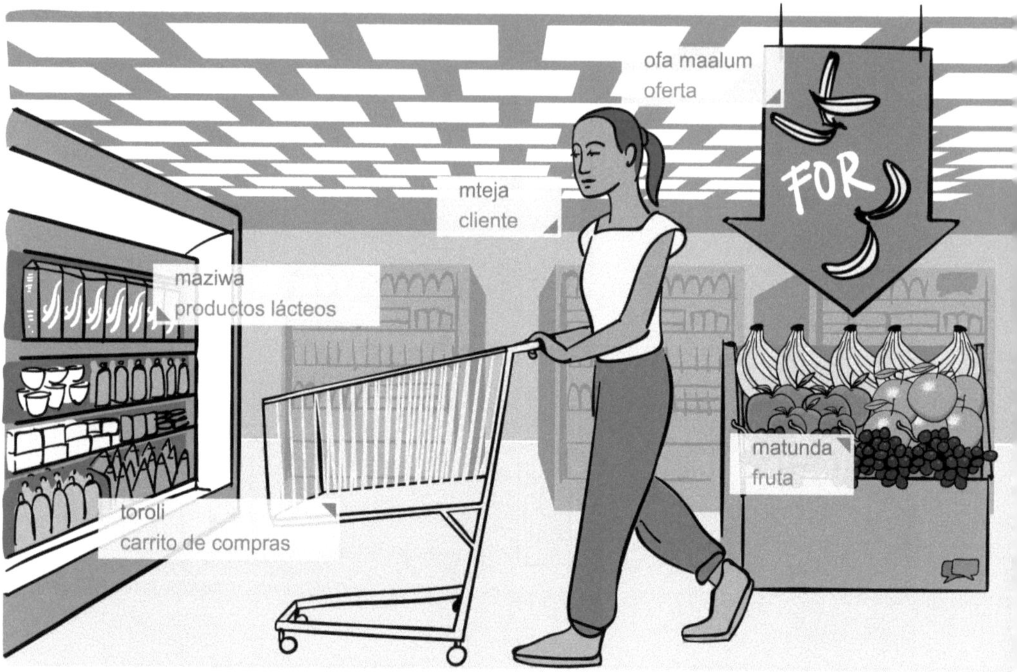

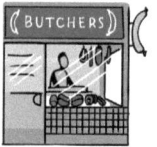

mchinjaji

carnicería

BAKERY

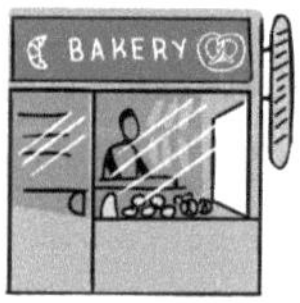

mwokaji

panadería

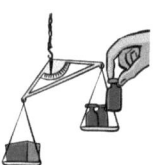

uzito

pesar

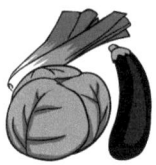

mboga

verdura

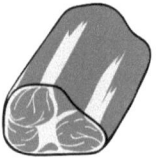

nyama

carne

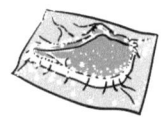

chakula waliohifadhiwa

alimentos congelados

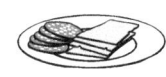

vipande vya nyama baridi

fiambre

chakula cha kopo

conservas

sabuni ya unga

detergente en polvo

pipi

dulces

bidhaa za kaya

articulos domésticos

bidhaa za kusafisha

productos de limpieza

mtu mauzo

vendedora

mpaka

caja

keshia

cajero

orodha ya manunuzi

lista de compras

masaa ya ufunguzi

horario de atención

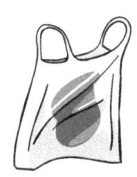

mkoba

cartera

kadi

tarjeta de crédito

mfuko

maleta

mfuko wa plastiki

bolsa plástica

maji

agua

sharubati

jugo

maziwa

leche

coke

refresco de cola

mvinyo

vino

bia

cerveza

pombe

alcohol

kakao

cacao

chai

té

kahawa

café

spreso

espresso

kapuchino

cappuccino

ndizi

banana

tufaha

manzana

machungwa

naranja

tikiti

sandía

lemon

limón

karoti

zanahoria

kitunguu saumu

ajo

mianzi

bambú

kitunguu

cebolla

uyoga

seta

karanga

nueces

nudo

fideos

spageti
espagueti

mpunga
arroz

saladi
ensalada

vibanzi
patatas fritas

viazi vya kukaanga
patatas salteadas

piza
pizza

hambaga
hamburguesa

sandwichi
sándwich

kipande
escalope

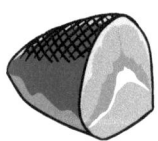

paja la mnyama
jamón

salami
salame

soseji
embutido

kuku
pollo

choma
asado

samaki
pescado

oats ya uji

copos de avena

muesli

musli

cornflakes

copos de maiz tostado

unga

harina

kroisanti

croissant

andazi

panecillo

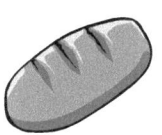

mkate

pan

mkate wa kubanika

tostada

biskuti

galletas

siagi

mantequilla

maziwa mgando

cuajada

keki

pastel

yai

huevo

yai kukaanga

huevo frito

jibini

queso

chakula - comida

aiskrimu

helado

sukari

azúcar

asali

miel

jemu

mermelada

kuenea kwa chokoleti

praliné

mchuzi wa viungo

curry

chakula - comida

shamba
granja

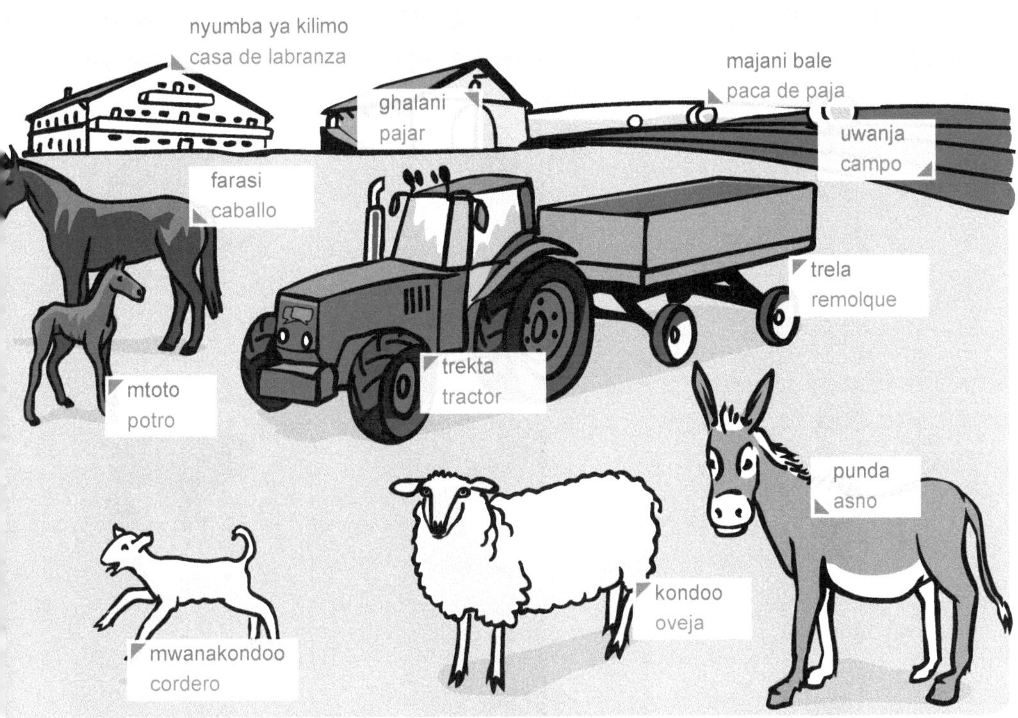
nyumba ya kilimo
casa de labranza
ghalani
pajar
majani bale
paca de paja
uwanja
campo
farasi
caballo
trela
remolque
mtoto
potro
trekta
tractor
punda
asno
kondoo
oveja
mwanakondoo
cordero

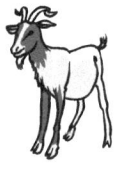

mbuzi
cabra

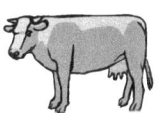

ng'ombe
vaca

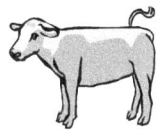

ndama
ternero

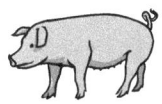

nguruwe
cerdo

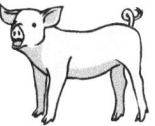

mwananguruwe
lechón

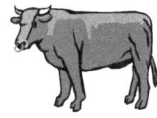

fahali
toro

batabukini

ganso

bata

pato

kifaranga

polluelo

kuku

pollo

jogoo

gallo

panya

rata

paka

gato

panya

ratón

ng'ombe

buey

mbwa

perro

nyumba ya mbwa

caseta del perro

bomba la bustani

manguera de riego

debe la kumwagilia maji

regadera

fyekeo

guadaña

kulima

arado

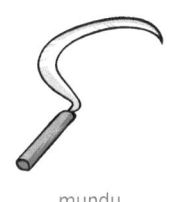

mundu

hoz

jembe

azada

uma wa nyasi

bieldo

shoka

hacha

toroli

carretilla

kupitia nyimbo

abrevadero

chombo cha maziwa

lechera

gunia

saco

ua

cerca

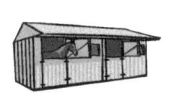

imara

establo

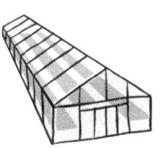

chafu

invernadero

udongo

suelo

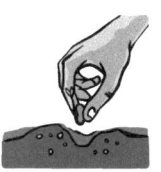

mbegu

semilla

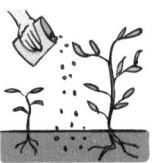

mbolea

fertilizante

kivunaji

cosechadora

mavuno

cosechar

mavuno

cosecha

viazi vikuu

raíz de ñame

ngano

trigo

soya

soja

viazi

patata

mahindi

maíz

rapa

colza

mti wa matunda

Árbol frutal

muhogo

mandioca

nafaka

cereales

nyumba
casa

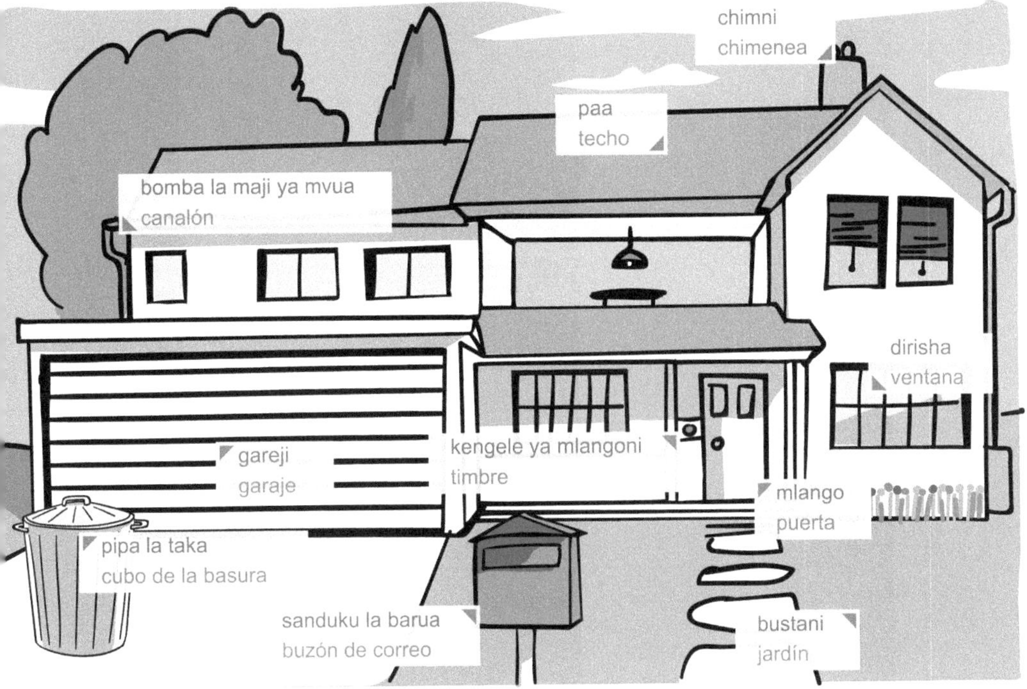
chimni
chimenea
paa
techo
bomba la maji ya mvua
canalón
dirisha
ventana
gareji
garaje
kengele ya mlangoni
timbre
mlango
puerta
pipa la taka
cubo de la basura
sanduku la barua
buzón de correo
bustani
jardín

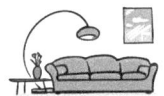

sebuleni

cuarto de estar

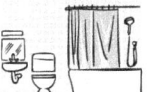

bafu

cuarto de baño

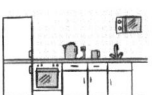

jikoni

cocina

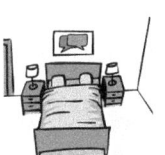

chumba cha kulala

dormitorio

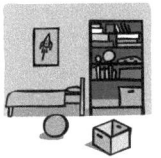

chumba ya mtoto

cuarto de los niños

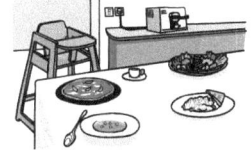

chumba cha kulia

comedor

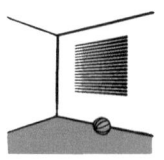

sakafu

piso

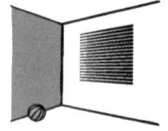

ukuta

pared

dari

cielorraso

pishi

sótano

sauna

sauna

roshani

balcón

mtaro

terraza

kidimbwi

piscina

mashine ya kukata nyasi

cortacésped

karatasi

funda nórdica

kitambaa cha kupamba
kitanda

edredón

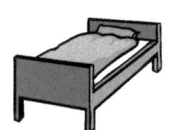

kitanda

cama

ufagio

escoba

ndoo

cubo

kubadili

interruptor

sebuleni

cuarto de estar

mandhari
papel para empapelar
picha
imagen
taa
lámpara
rafu
estante
kabati
gabinete
televisheni/runinga
televisor
mekoni
hogar
ua
flor
mto
cojín
sofa
sofá
chombo cha maua
florero
kitenzambali
control remoto

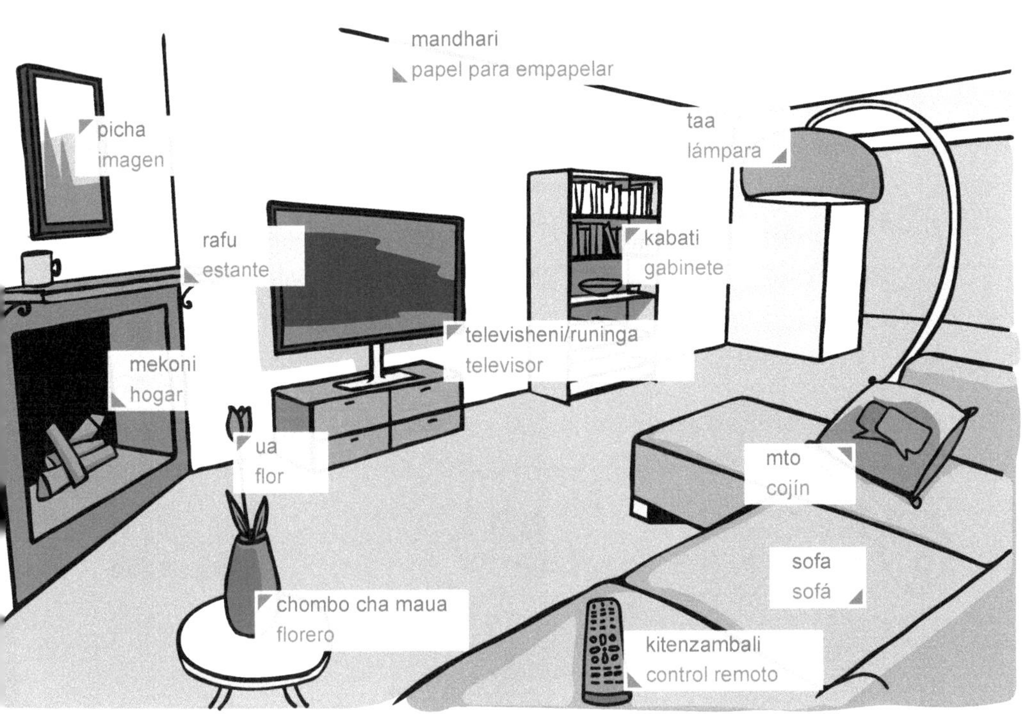

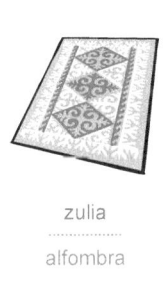

zulia

alfombra

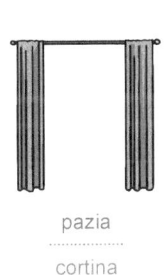

pazia

cortina

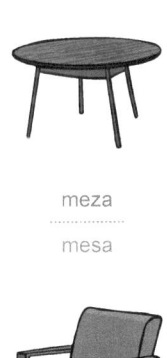

meza

mesa

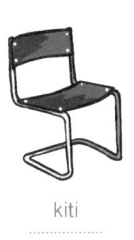

kiti

silla

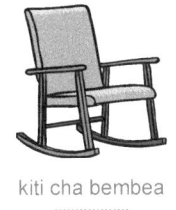

kiti cha bembea

mecedora

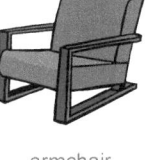

armchair

sillón

kitabu

libro

blanketi

frazada

mapambo

decoración

kuni

leña

filamu

film

kifaa cha hi-fi

equipo estereofónico

ufunguo

llave

gazeti

periódico

uchoraji

cuadro

bango

póster

redio

radio

daftari

bloc de notas

kifyonza

aspiradora

dungusi kakati

cactus

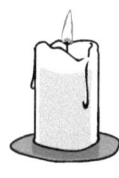

mshumaa

vela

jikoni
cocina

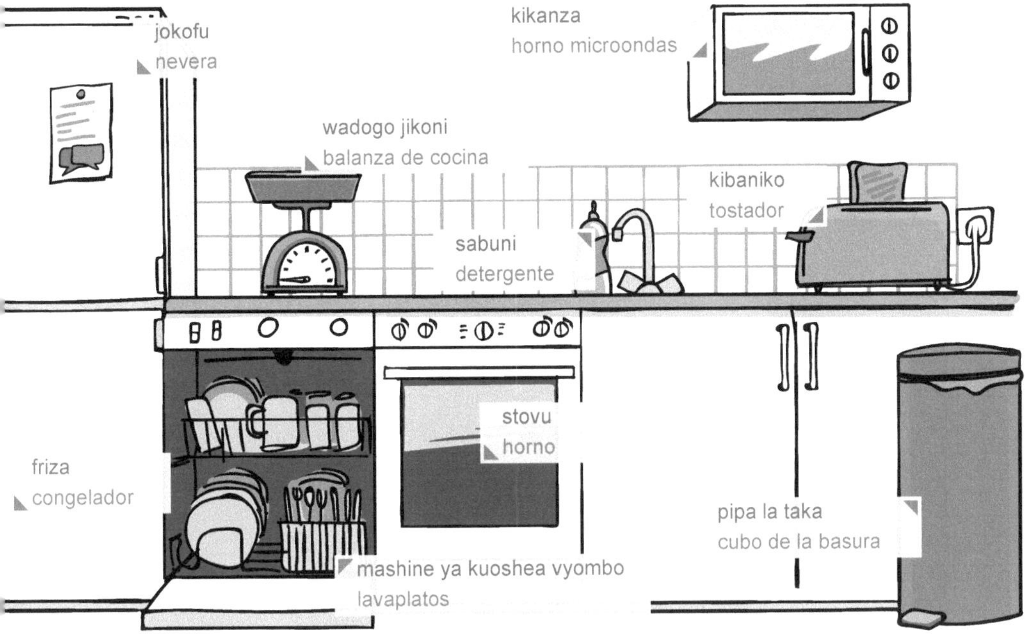

jokofu
nevera
kikanza
horno microondas
wadogo jikoni
balanza de cocina
kibaniko
tostador
sabuni
detergente
stovu
horno
friza
congelador
pipa la taka
cubo de la basura
mashine ya kuoshea vyombo
lavaplatos

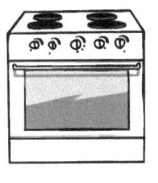

jiko la kupika

cocina

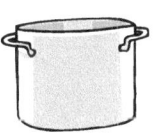

chungu

olla

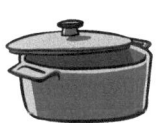

sufuria ya chuma

olla de fundición de hierro

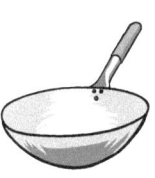

wok / kadai

wok / kadai

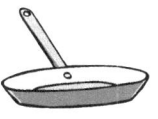

kaango

sartén

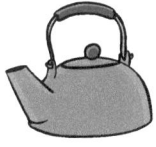

birika

hervidor de agua

stima

olla de vapor

sinia ya kuoka

bandeja de horno

vyombo vya udongo

vajilla

kombe

vaso

bakuli

bol

vijiti vya kulia

palillos para comer

ukawa

cucharón de sopa

mwiko mpana

espátula

burashi

batidor

kichujio

colador

chujio

cedazo

mbuzi

rallador

chokaa

mortero

barbeque

parrillada

moto wazi

fogata

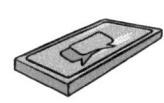

ubao wa majaribio

tabla de picar

kijiti cha kusukuma unga

rodillo

kizibuo

sacacorchos

kopo

lata

inaweza kopo

abrelatas

kishikio cha chungu

agarrador

karo

fregadero

brashi

cepillo

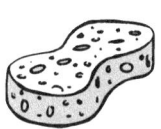

sifongo

esponja

kisagaji matunda

batidora

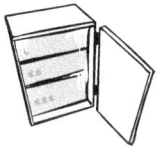

friji ya kina

arcón congelador

chupa ya mtoto

biberón

bomba

grifo

bafu
cuarto de baño

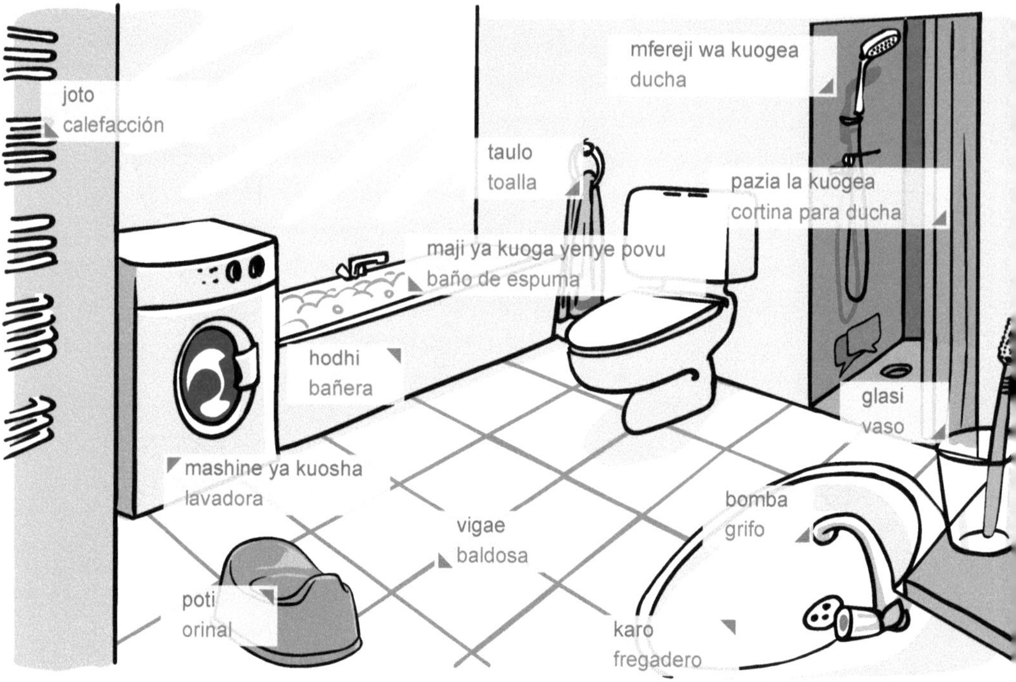

joto
calefacción
mfereji wa kuogea
ducha
taulo
toalla
pazia la kuogea
cortina para ducha
maji ya kuoga yenye povu
baño de espuma
hodhi
bañera
glasi
vaso
mashine ya kuosha
lavadora
bomba
grifo
vigae
baldosa
poti
orinal
karo
fregadero

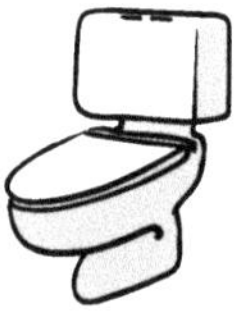

choo

cuarto de baño

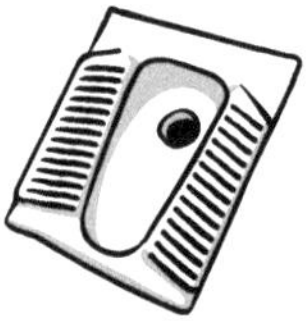

choo cha squat

placa turca

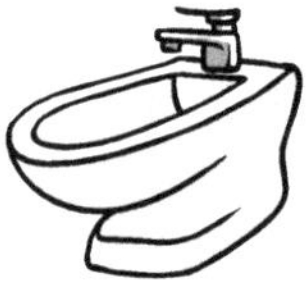

beseni la mviringo

bidé

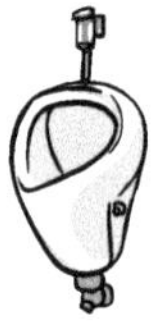

choo cha umma

urinario

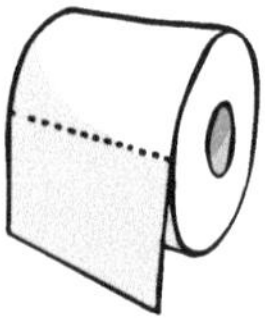

shashi

papel higiénico

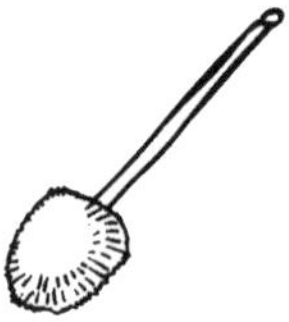

brashi ya choo

escobilla para el cuarto de baño

mswaki

cepillo de dientes

dawa ya meno

pasta dentífrica

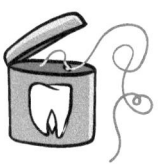

dawa ya meno

seda dental

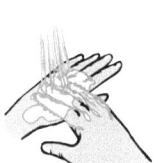

safisha

lavar

kuoga mkono

ducha teléfono

msukumo wa maji

ducha higiénica

bonde

cuenco

mpako wa pili

cepillo para la espalda

sabuni

jabón

jeli ya kuogca

gel de ducha

shampuu

champú

flana

manopla para baño

toa maji

desagüe

krimu

crema

kiondoa harufu

desodorante

kioo

espejo

kioo mkono

espejo de maquillaje

kinyozi

máquina de afeitar

povu la kunyoa

espuma de afeitar

baada ya kunyoa

loción para después del
afeitado

kichana

peine

brashi

cepillo

kikausha nywele

secador para cabello

marashi ya nyewele

laca de peinado

vipodozi

maquillaje

kidomwa

lápiz labial

varnish ya msumari

laca para uñas

pamba

algodón

mkasi wa kucha

tijera para uñas

manukato

perfume

mkoba wa kuosha

neceser

kinyesi

taburete

mizani

balanza

nguo ya kuoga

bata de baño

glavu za mpira

guantes de goma

kisodo

tampòn

sodo

compresa

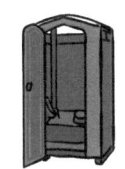

kemikali choo

wàter quimico

chumba ya mtoto
cuarto de los niños

saa ya kengele
despertador
kidoli cha kupakata
animal de peluche
gari bandia
auto de juguete
kelele
sonajero
chumba cha midoli
casa de muñecas
sasa
obsequio

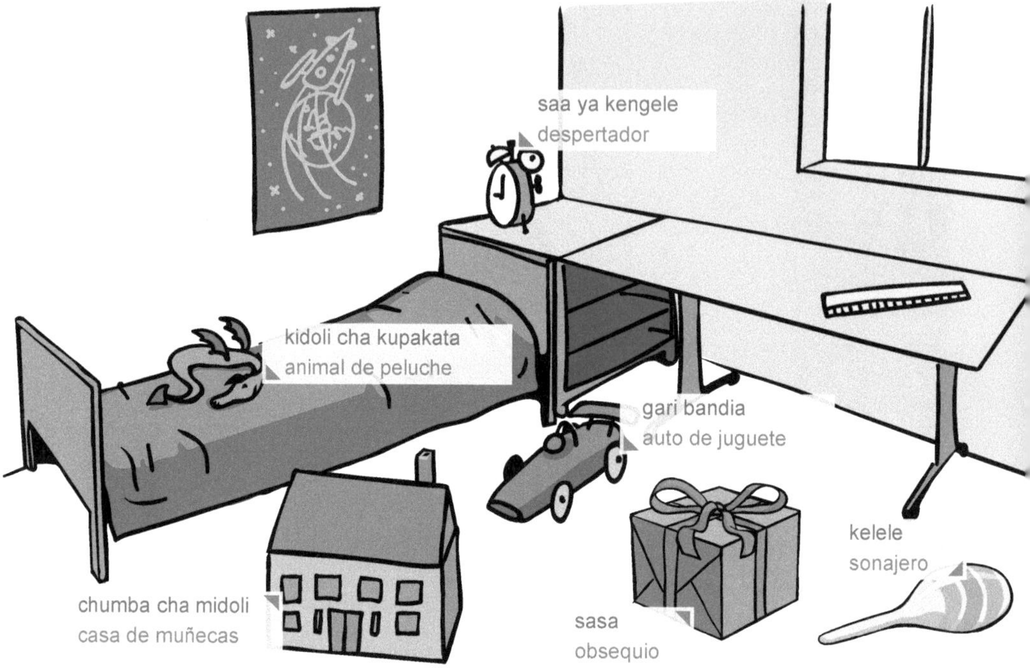

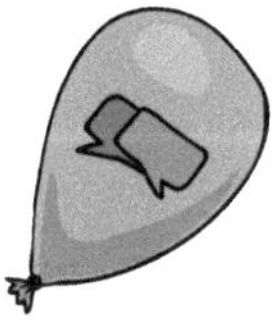

baluni

globo

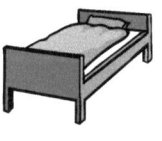

kitanda

cama

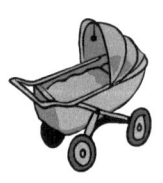

mashua

cochecito para niños

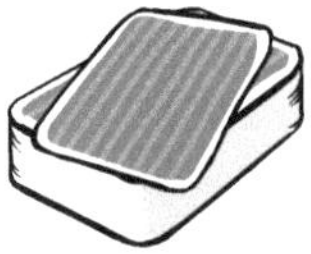

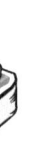

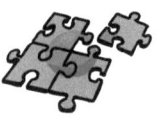

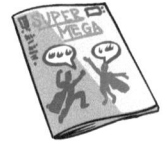

staha ya kadi

juego de barajas

mchezo-fumb

rompecabezas

SUPER MEGA

vichekesho

cómic

matofali lego

piezas de Lego

vitalu mwigo

bloques para jugar

hatua takwimu

figura de acción

suti ya kulalia

pijama de una pieza

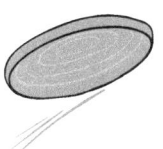

kisahani

frisbee

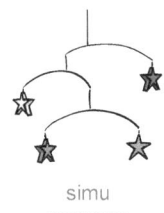

simu

móvil

ubao wa michezo

juego de mesa

kete

dado

garimoshi mwigo

tren eléctrico a escala

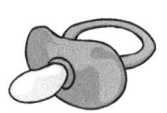

dummy

chupete

chama

fiesta

picha kitabu

libro de dibujos

mpira

pelota

kikaragosi

titere

kucheza

jugar

shimo la mchanga

arenero

bembea

columpio

vitu bandia

juguetes

kiweko cha video ya mchezo

consola de videojuego

baiskeli ya magurudumu

triciclo

matatu

mwanasesere

osito de peluche

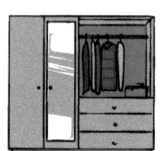

kabati

guardarropa

nguo

vestimenta

soksi

calcetines

stokingi

medias

kibano

panti

skafu
chal

mwavuli
paraguas

fulana
camiseta

ukanda
cinturón

viatu
botas

ndara
zapatilla

wakufunzi
deportivas

malapa
sandalias

viatu
zapatos

mabuti ya mpira
botas de goma

suruali ya ndani
ropa interior

sidiria
corpiño

fulana
camiseta

nguo - vestimenta

45

mwili

body

suruali

pantalón

dangirizi

jeans

sketi

falda

blauzi

blusa

shati

camisa

vuta

pullover

sweta

sweater

bleza

blazer

jaketi

chaqueta

koti

abrigo

koti la mvua

impermeable

maleba

traje chaqueta

gauni

vestido

mavazi ya harusi

vestido de bodas

suti

traje

vazi la usiku

camisón

pajama

pijama

sari

sari

skafu

pañuelo de cabeza

kilemba

turbante

burka

burka

kaftan

caftán

abaya

abaya

vazi la kuogelea

traje de baño

vazi la kiume la kuogelea

bañador

kaptura

shorts

teitei

chándal

aproni

delantal

glavu

guante

kifungo

botón

glasi

gafa

bangili

brazalete

mkufu

cadena

pete

anillo

herini

aro

kofia

gorra

kiango cha koti

percha

kofia

sombrero

tai

corbata

zipu

cierre a cremallera

kofia

casco

kanda za suruali

tiradores

sare za shule

uniforme escolar

sare

uniforme

bibu
babero

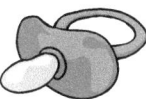

dummy
chupete

nepi
pañal

ofisi
oficina

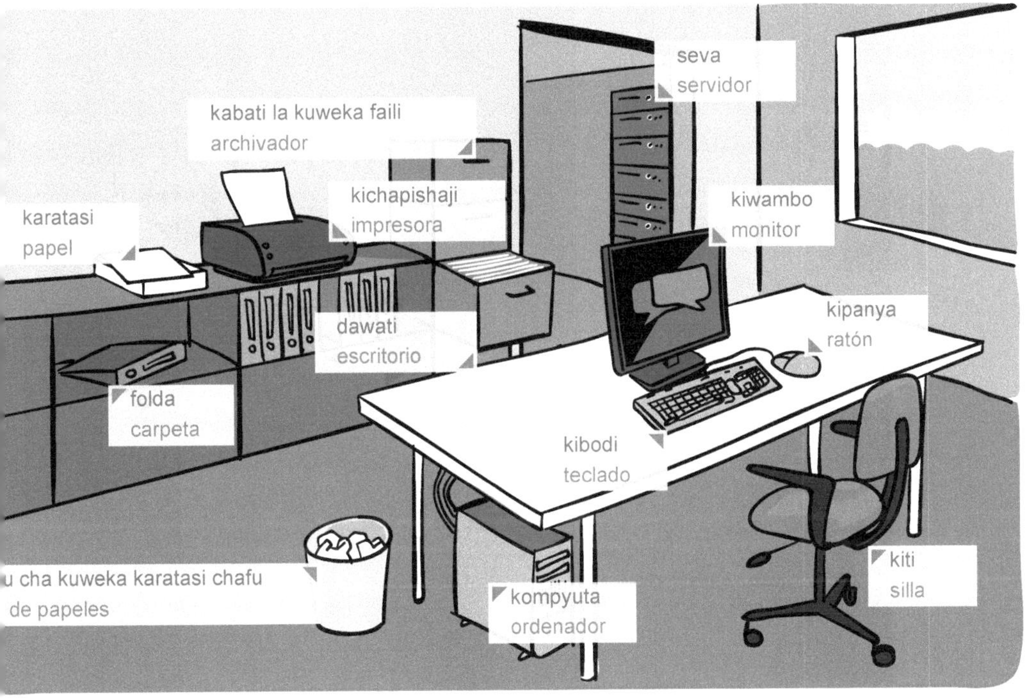

kabati la kuweka faili
archivador

seva
servidor

karatasi
papel

kichapishaji
impresora

kiwambo
monitor

dawati
escritorio

kipanya
ratón

folda
carpeta

kibodi
teclado

u cha kuweka karatasi chafu
de papeles

kompyuta
ordenador

kiti
silla

kmobe la kahawa
taza de café

kikokotoo
calculadora

biashara
internet

mbali
laptop

barua
carta

ujumbe
mensaje

rununu
teléfono móvil

intaneti
red

fotokopia
fotocopiadora

programu
software

simu
teléfono

soketi
tomacorriente

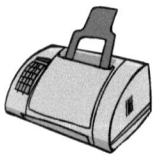

kipepesi
máquina de fax

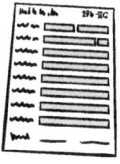

fomu
formulario

hati
documento

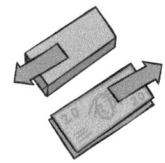

kununua

comprar

kulipa

pagar

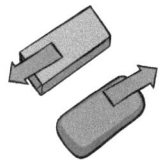

biashara

comerciar

fedha

dinero

dola

dólar

yuro

euro

yeni

yen

rouble

rublo

faranga ya Uswisi

franco

renminbi yuan

renminbi

rupia

rupia

eneo la kulipia

cajero automático

ofisi ya ubadilishanaji

casa de cambio

dhahabu

oro

fedha

plata

mafuta

petróleo

nishati

energía

bei

precio

mkataba

contrato

kodi

impuesto

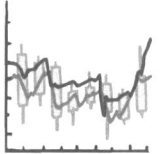

bidhaa

acción

kazi

trabajar

mfanyakazi

empleado

mwajiri

empleador

kiwanda

fábrica

duka

negocio

kazi
ocupaciones

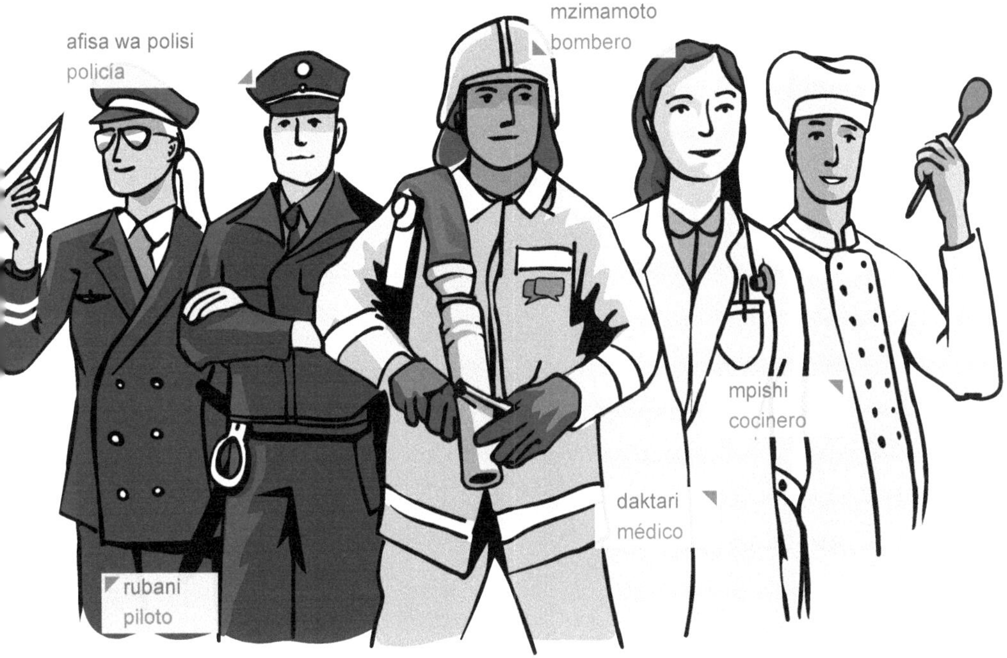
mzimamoto
bombero
afisa wa polisi
policía
mpishi
cocinero
daktari
médico
rubani
piloto

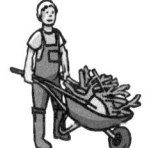

mtunza bustani

jardinero

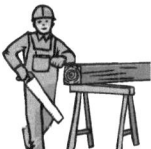

seremala

carpintero

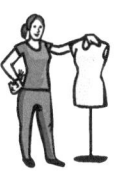

mshonaji

costurera

hakimu

juez

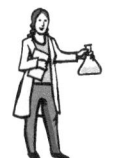

mwanakemia

químico

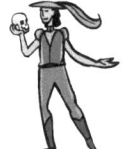

muigizaji

actor

dereva wa basi

conductor de autobús

dereva wa teksi

taxista

mvuvi

pescador

mwanamke wa kusafisha

mujer de la limpieza

mwezekaji

techista

mhudumu

camarero

mwindaji

cazador

mchoraji

pintor

mwokaji

panadero

umeme

electricista

mjenzi

albañil

mhandisi

ingeniero

mchinjaji

carnicero

fundi bomba

fontanero

mwanaposta

cartero

mwanajeshi

soldado

msanifu majengo

arquitecto

keshia

cajero

muuza maua

florista

msusi

peluquero

kondakta

cobrador

mekanika

mecánico

nahodha

capitán

daktari wa meno

odontólogo

mwanasayansi

científico

rabbi

rabino

imamu

imam

mtawa

monje

kasisi

párroco

zana
herramientas

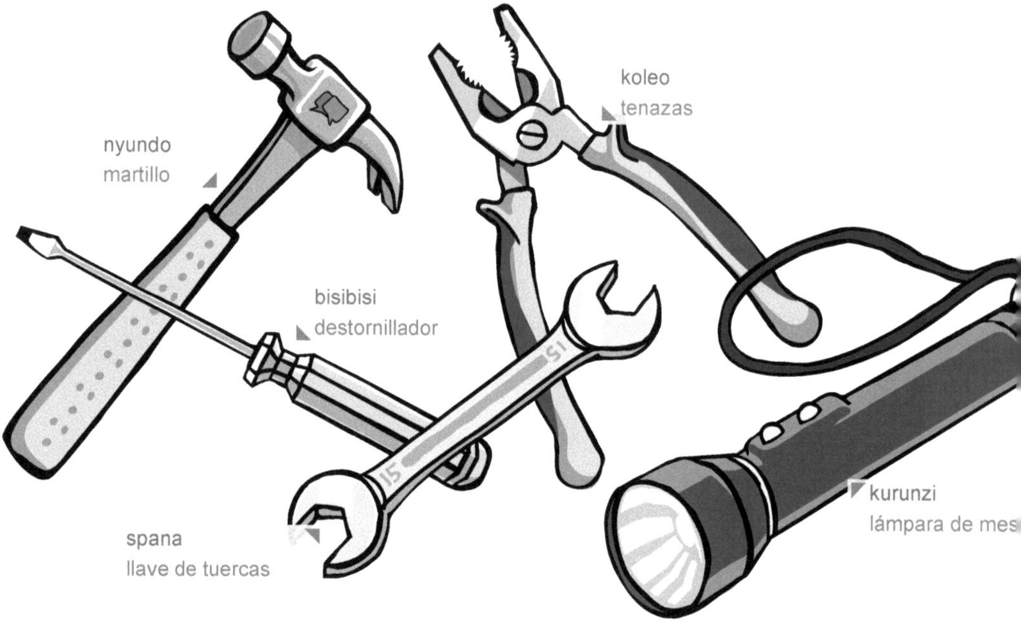
koleo
tenazas
nyundo
martillo
bisibisi
destornillador
kurunzi
lámpara de mes
spana
llave de tuercas

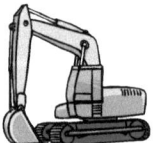

mchimbaji

excavadora

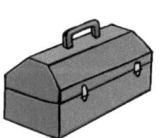

sanduku la vifaa

caja de herramientas

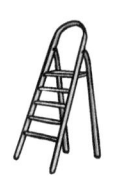

ngazi

escalerilla

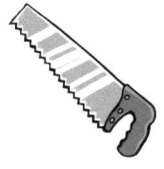

msumeno

serrucho

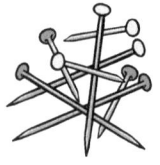

misumari

clavos

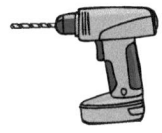

kuchimba visima

taladro

kukarabati
reparar

sepetu
pala

Lo!
¡Maldición!

kishikio cha uchafu
recogedor

chungu cha rangi
lata de pintura

skurubu
tornillos

ala za muziki
instrumentos musicales

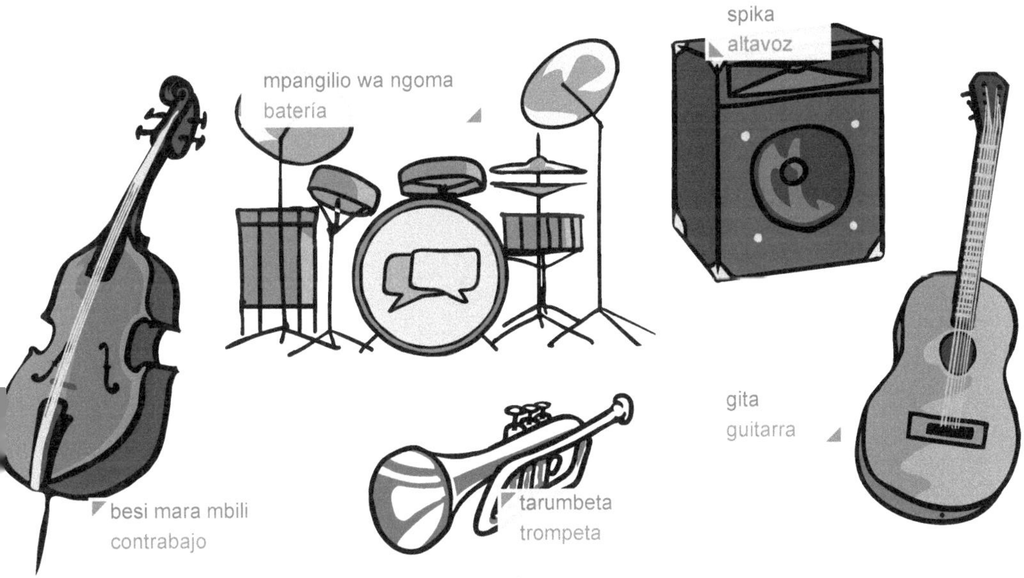

spika
altavoz

mpangilio wa ngoma
batería

gita
guitarra

besi mara mbili
contrabajo

tarumbeta
trompeta

piano
piano

fidla
violín

ubeji
bajo

timpani
timbales

ngoma
tambor

kibodi
teclado

saksafoni
saxofón

filimbi
flauta

maikrofoni
micrófono

bustani ya wanyama
zoológico

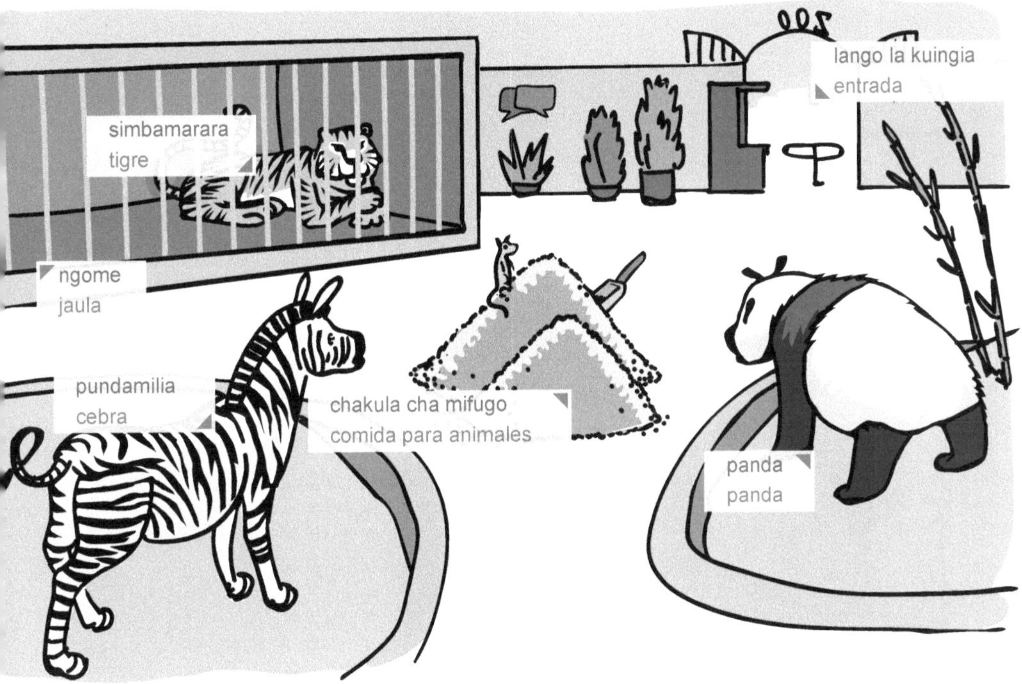

zoo
lango la kuingia
entrada
simbamarara
tigre
ngome
jaula
pundamilia
cebra
chakula cha mifugo
comida para animales
panda
panda

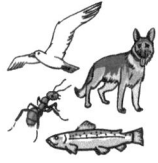

wanyama

animales

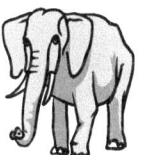

tembo

elefante

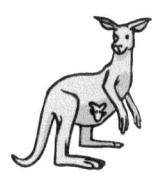

kangaruu

canguro

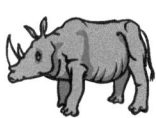

kifaru

rinoceronte

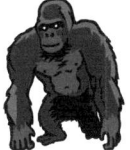

sokwe

gorila

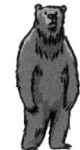

dubu

oso

ngamia

camello

mbuni

avestruz

simba

león

tumbili

mono

heroe

flamengo

kasuku

papagayo

dubu

oso polar

penguini

pingüino

papa

tiburón

tausi

pavo real

nyoka

serpiente

mamba

cocodrilo

mtunza wanyama

cuidador del zoológico

muhuri

foca

jaguar

jaguar

mwanafarasi

pony

chui

leopardo

kiboko

hipopótamo

twiga

jirafa

tai

águila

nguruwe mwitu

jabalí

samaki

pescado

kobe

tortuga

sili

morsa

mbweha

zorro

paa

gacela

soka ya marekani
fútbol americano

uendeshaji baiskeli
ciclismo

tenisi
tenis

mpira wa kikapu
baloncesto

kuogelea
natación

ndondi
boxeo

magongo ya barafuni
hockey sobre hielo

soka
fútbol

vinyoya
badminton

riadha
atletismo

mpira wa mikono
balonmano

skii
esquí

polo
polo

shughuli
actividades

kuruka
saltar
kumbatia
abrazar
cheka
reír
kutembea
caminar
kuimba
cantar
ota ndoto
soñar
kuomba
rezar
busu
besar

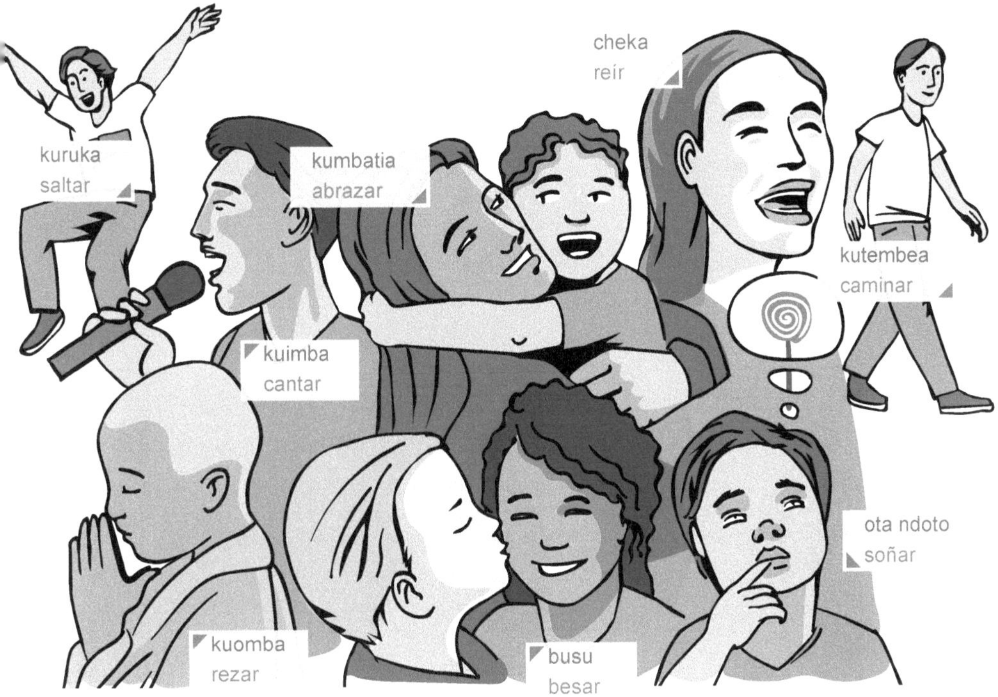

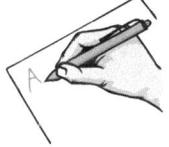

kuandika
escribir

kuteka
dibujar

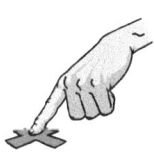

angalia
mostrar

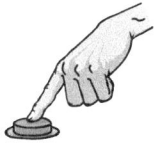

sukuma
presionar

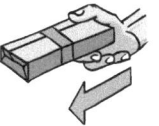

kutoa
dar

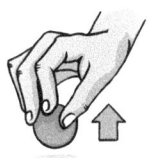

kuchukua
tomar

kuwa

tener

fanya

hacer

kuwa

ser

kusimama

estar de pie

kukimbia

correr

vuta

tirar

kutupa

arrojar

kuanguka

caer

hadaa

estar acostado

kusubiri

esperar

kubeba

llevar

kukaa

estar sentado

vaa nguo

vestirse

usingizi

dormir

kuamka

despertar

kuangalia

mirar

lia

llorar

kiharusi

acariciar

chana nywele

peinarse

ongea

conversar

kuelewa

entender

kuuliza

preguntar

kusikiliza

oir

kunywa

beber

kula

comer

nadhifisha

asear

upendo

amar

mpishi

cocinar

gari

conducir

kuruka

volar

meli

navegar

kokotoa

calcular

kusoma

leer

kujifunza

aprender

kazi

trabajar

kuoa

casarse

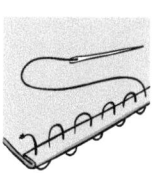

kushona

coser

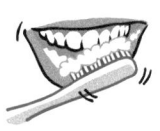

piga mswaki

limpiarse los dientes

kuua

matar

moshi

fumar

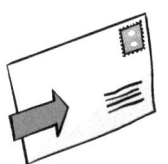

kutuma

enviar

bibi
abuela

babu
abuelo

baba
padre

mama
madre

mtoto
bebé

binti
hija

bin
hijo

mgeni

invitado

shangazi

tia

mjomba

tio

kaka

hermano

dada

hermana

familia - familia

67

mwili

cuerpo

paji la uso
frente
jicho
ojo
bega
hombro
kidole
dedo
uso
cara
kidevu
barbilla
mkono
mano
matiti
pecho
mguu
pierna
mkono
brazo

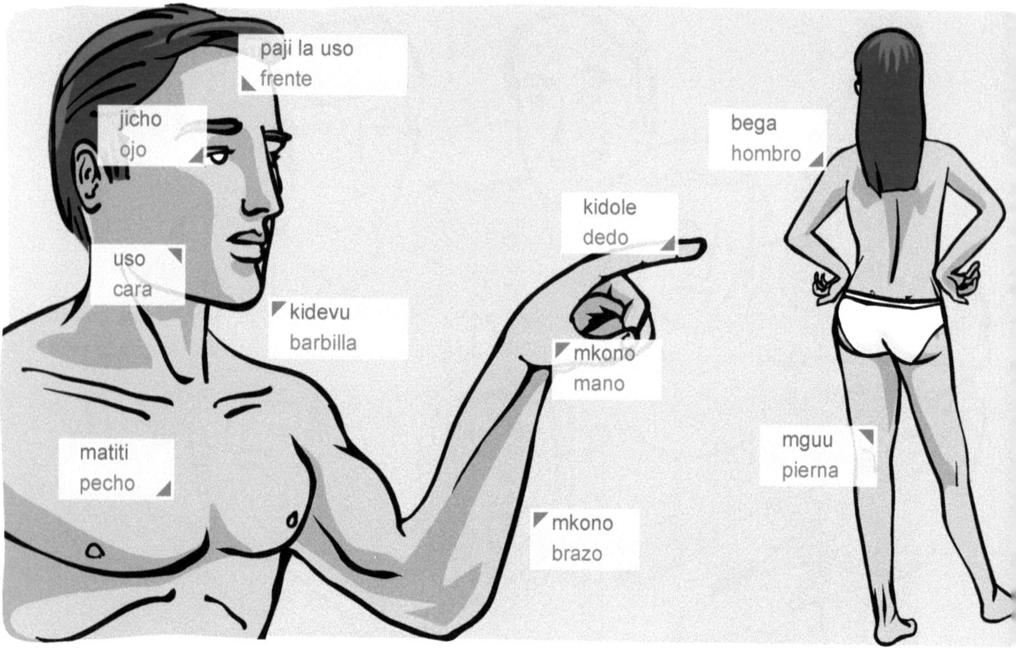

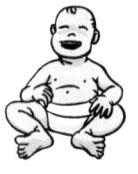

mtoto

bebé

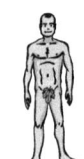

mwanamume

hombre

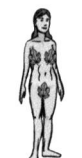

mwanamke

mujer

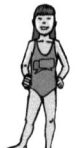

msichana

muchacha

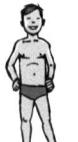

mvulana

joven

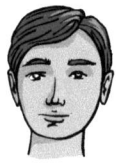

kichwa

cabeza

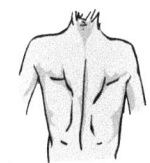

nyuma

espalda

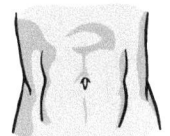

tumbo

vientre

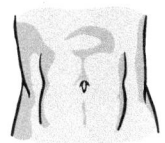

kitovu

ombligo

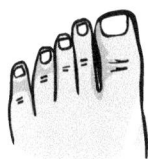

chano

dedo del pie

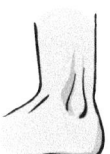

kisigino

talón

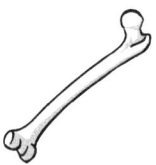

mfupa

hueso

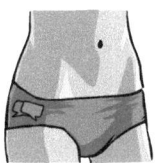

nyonga

cadera

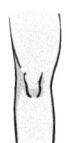

goti

rodilla

kiwiko

codo

pua

nariz

chini

trasero

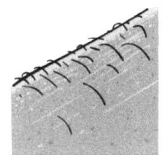

ngozi

piel

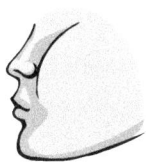

shavu

mejilla

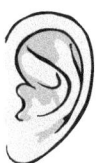

sikio

oreja

mdomo

labio

mwili - cuerpo

kinywa

boca

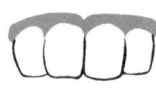

jino

diente

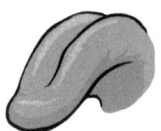

ulimi

lengua

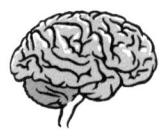

ubongo

cerebro

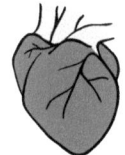

moyo

corazón

misuli

músculo

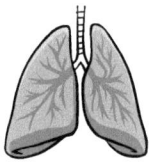

pafu

pulmón

ini

hígado

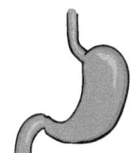

tumbo

estómago

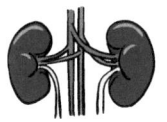

figo

riñones

jinsia

relación sexual

kondomu

condón

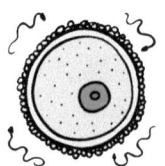

ovari

Óvulo

shahawa

esperma

mimba

embarazo

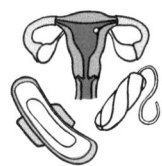

hedhi

menstruación

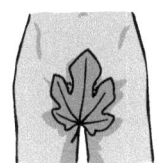

uke

vagina

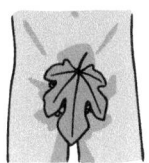

uume

pene

unyusi

ceja

nywele

cabello

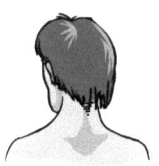

shingo

cuello

hospitali
hospital

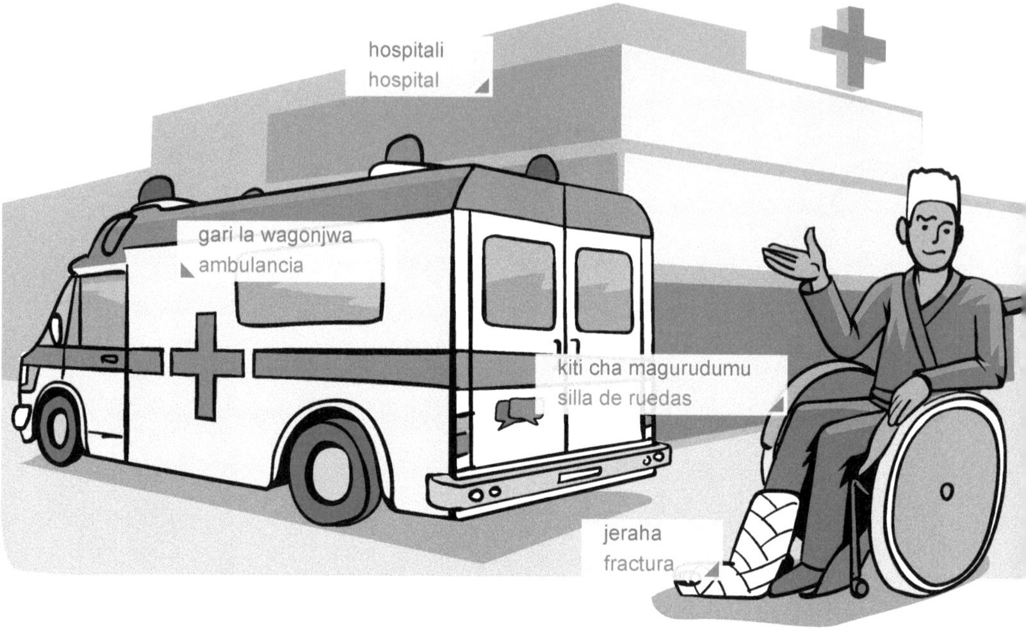

hospitali
hospital
gari la wagonjwa
ambulancia
kiti cha magurudumu
silla de ruedas
jeraha
fractura

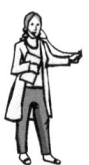

daktari

médico

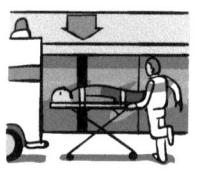

chumba cha dharura

admisión de urgencia

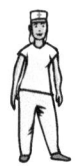

muuguzi

enfermera

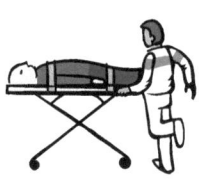

dharura

emergencia

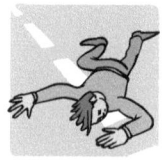

kupoteza fahamu

inconsciente

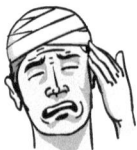

maumivu

dolor

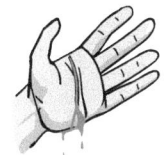

kuumia

lesión

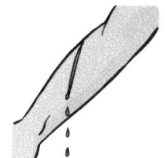

kutokwa na damu

hemorragia

mshtuko wa moyo

infarto de miocardio

kiharusi

apoplejía cerebral

mzio

alergia

kikohozi

tos

homa

fiebre

mafua

gripe

kuharisha

diarrea

maumivu ya kichwa

dolor de cabeza

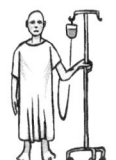

kansa

cáncer

ugonjwa wa kisukari

diabetes

daktari mpasuaji

cirujano

kisu kidogo cha kupasulia

escalpelo

operesheni

operación

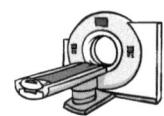

picha changanufu ya mwili

TC

Eksrei

rayos X

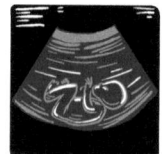

mawimbi sauti

ultrasonido

barakoa ya uso

máscara

ugonjwa

enfermedad

chumba cha kusubiri

sala de espera

mkongojo

muleta

plasta

emplasto

bendeji

vendaje

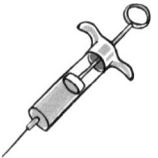

sindano

inyección

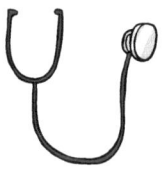

stetoskopu

estetoscopio

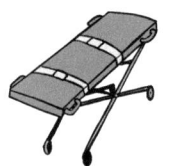

machela

camilla

kipimajoto cha kliniki

termómetro

kuzaliwa

nacimiento

unene kupita kiasi

sobrepeso

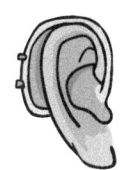

kusikia misaada

audífono

kipukusi

desinfectante

maambukizi

infección

virusi

virus

VVU / UKIMWI

VIH / SIDA

dawa

medicina

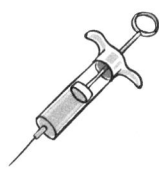

chanjo

vacunación

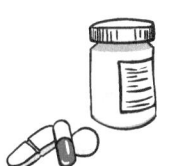

vidonge

comprimido

kidonge

píldora anticonceptiva

simu ya dharura

llamada de emergencia

hacmodainamometa

medidor de presión arterial

mgonjwa / mwenye afya

enfermo / saludable

Msaada!

¡Ayuda!

kengele

alarma

pigo

asalto

shambulizi

ataque

hatari

peligro

lango la dharura

salida de emergencia

Moto!

¡Fuego!

kizima moto

extintor

ajali

accidente

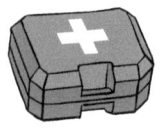

vifaa vya huduma ya kwanza

kit de primeros auxilios

wito wa msaada

SOS

polisi

Policía

Ulaya

Europa

Amerika ya Kaskazini

América del Norte

Amerika ya Kusini

América del Sur

Afrika

África

Asia

Asia

Australia

Australia

Atlantiki

Atlántico

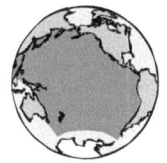

Pasifiki

Pacífico

Bahari ya Hindi

Océano Índico

Bahari ya Antaktiki

Océano Antártico

Bahari ya Aktiki

Océano Ártico

Ncha ya Kaskazini

Polo Norte

Ncha ya Kusini
Polo Sur

Antaktika
Antártida

dunia
Tierra

nchi
país

bahari
mar

kisiwa
isla

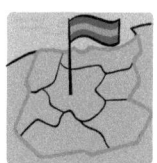

taifa
nación

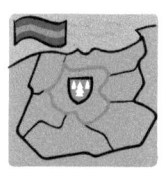

jimbo
Estado

uso wa saa

cuadrante

akrabu ya saa

horario

akrabu ya dakika

minutero

akrabu ya sekunde

segundero

Ni saa ngapi?

¿Qué hora es?

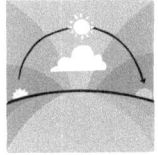

siku

día

wakati

tiempo

sasa

ahora

saa ya dijitali

reloj digital

dakika

minuto

saa

hora

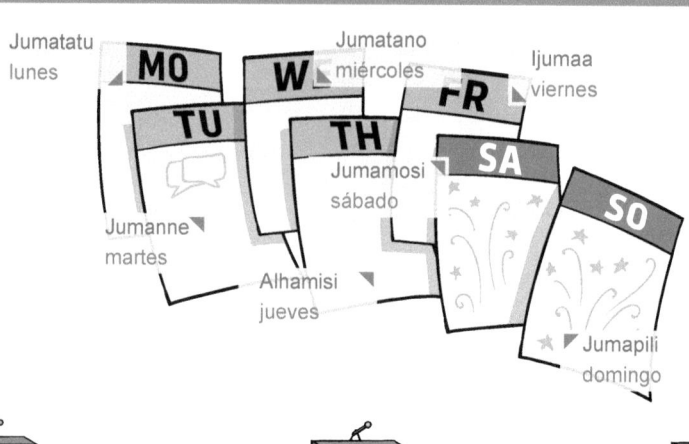

Jumatatu / lunes
Jumatano / miércoles
Ijumaa / viernes
Jumamosi / sábado
Jumanne / martes
Alhamisi / jueves
Jumapili / domingo

jana

ayer

leo

hoy

kesho

mañana

asubuhi

mañana

saa sita mchana

mediodía

jioni

tarde

siku za biashara

jornada de trabajo

mwishoni mwa wiki

fin de semana

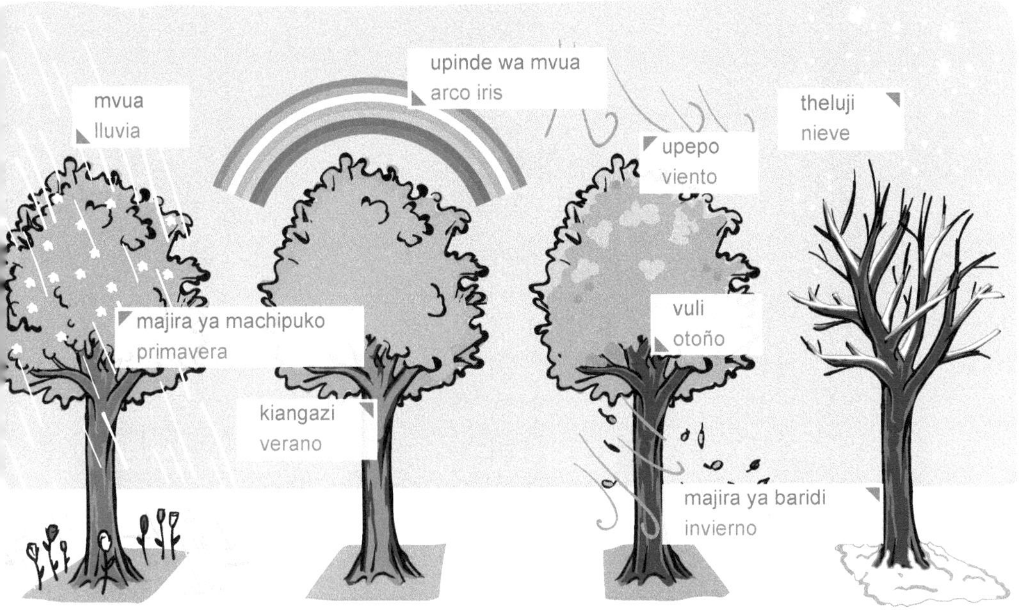

mvua
lluvia

upinde wa mvua
arco iris

theluji
nieve

upepo
viento

majira ya machipuko
primavera

vuli
otoño

kiangazi
verano

majira ya baridi
invierno

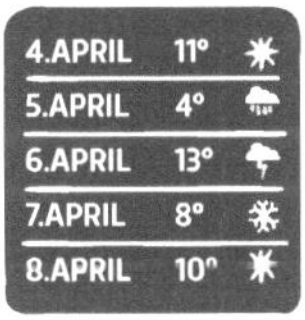

4.APRIL	11°	☀
5.APRIL	4°	☁
6.APRIL	13°	☁
7.APRIL	8°	❄
8.APRIL	10°	❄

utabiri wa hali ya hewa

pronóstico meteorológico

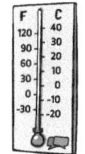

kipimajoto

termómetro

mwanga wa jua

luz solar

wingu

nube

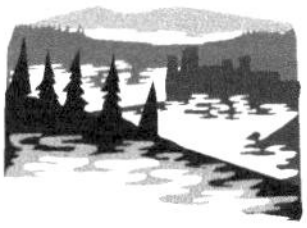

ukungu

niebla

unyevu

humedad ambiente

umeme

relámpago

radi

trueno

dhoruba

tormenta

mvua ya mawe

granizo

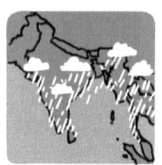

monsuni

monzón

mafuriko

inundación

barafu

hielo

Januari

enero

Februari

febrero

Machi

marzo

Aprili

abril

Mei

mayo

Juni

junio

Julai

julio

Agosti

agosto

Septemba

septiembre

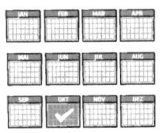

Oktoba

octubre

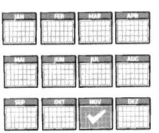

Novemba

noviembre

Desemba

diciembre

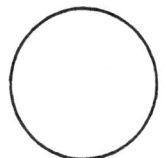

mduara

circulo

mraba

cuadrado

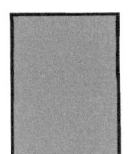

mstatili

rectángulo

pembetatu

triángulo

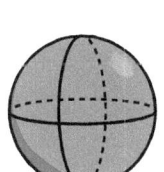

nyanja

esfera

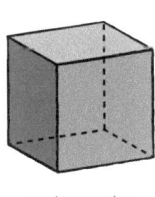

mchemraba

cubo

rangi

colores

nyeupe

blanco

manjano

amarillo

chungwa

anaranjado

rangi ya waridi

rosa

nyekundu

rojo

hudhurungi

lila

bluu

azul

kijani

verde

hanja

marrón

jivujivu

gris

nyeusi

negro

mengi / kidogo

mucho / poco

hasira / pole

enojado / calmado

nzuri / mbaya

bonito / feo

mwanzo / mwisho

comienzo / fin

kubwa / ndogo

grande / pequeño

angavu / giza

claro / oscuro

kaka / dada

hermano / hermana

safi / chafu

limpio / sucio

kamilika / tokamilika

completo / incompleto

siku / usiku

dia / noche

wafu / hai

muerto / vivo

pana / nyembamba

ancho / angosto

kulika / kutolika

disfrutable / no disfrutable

ovu / ema

malo / amigable

sisimkwa / udhika

excitado / aburrido

nene / nyembamba

gordo / delgado

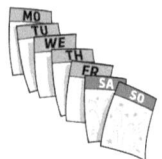

kwanza / mwisho

primero / último

rafiki / adui

amigo / enemigo

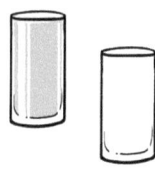

jaa / tupu

lleno / vacío

ngumu / laini

duro / suave

nzito / nyepesi

pesado / liviano

njaa / kiu

hambre / sed

mgonjwa / mwenye afya

enfermo / saludable

haramu / kisheria

ilegal / legal

akili / kijinga

inteligente / tonto

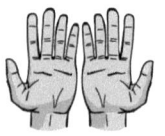

kushoto / kulia

izquierda / derecha

karibu / mbali

cercano / lejano

mpya / kutumika

nuevo / usado

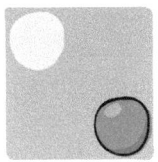

kitu / jambo

nada / algo

zee / changa

viejo / joven

waka / zima

encendido / apagado

wazi / fungwa

abierto / cerrado

utulivu / kelele

bajo / fuerte

tajiri / masikini

rico / pobre

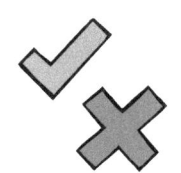

sahihi / kosa

correcto / incorrecto

mbaya / laini

áspero / liso

huzunika / furahia

triste / alegre

fupi /ndcfu

breve / extenso

polepole / haraka

lento / veloz

nyevu / kavu

mojado / seco

joto / baridi

caliente / frio

vita / amani

guerra / paz

0	**1**	**2**
sufuri	moja	mbili
cero	uno	dos

3	**4**	**5**
tatu	nne	tano
tres	cuatro	cinco

6	**7**	**8**
sita	saba	nane
seis	siete	ocho

9	**10**	**11**
tisa	kumi	kumi na moja
nueve	diez	once

12

kumi na mbili

doce

13

kumi na tatu

trece

14

kumi na nne

catorce

15

kumi na tano

quince

16

kumi na sita

dieciséis

17

kumi na saba

diecisiete

18

kumi na nane

dieciocho

19

kumi na tisa

diecinueve

20

ishirini

veinte

100

mia

cien

1.000

elfu

mil

1.000.000

milioni

millón

Kiingereza

inglés

Kiingereza cha Marekani

inglés estadounidense

Kimandarini cha Uchina

chino mandarín

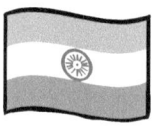

Kihindi

hindi

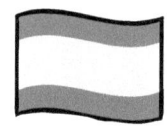

Kihispania

español

Kifaransa

francés

Kiarabu

árabe

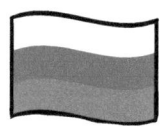

Kirusi

ruso

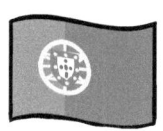

Kireno

portugués

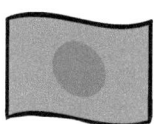

Kibengali

bengalí

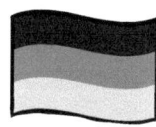

Kijerumani

alemán

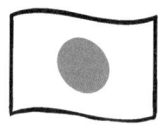

Kijapani

japonés

mimi

yo

wewe

tú

yeye / yeye / ni

él / ella

sisi

nosotros

wewe

vosotros

wao

ellos

nani?

¿quién?

nini?

¿qué?

jinsi gani?

¿cómo?

wapi?

¿dónde?

lini?

¿cuándo?

jina

nombre

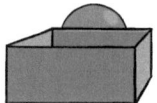

nyuma

detrás

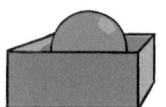

katika

en

mbele ya

delante de

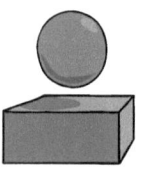

juu ya

encima de

kwenye

sobre

chini ya

debajo de

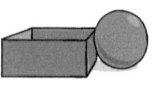

kando

junto a

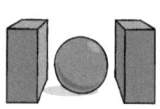

kati

entre

mahali

lugar